தீரா கனவு

லோகேஷ்

pencil

ISBN 978-93-5559-227-9

Published in India 2021 by Pencil

A brand of
One Point Six Technologies Pvt. Ltd.
123, Building J2, Shram Seva Premises,
Wadala Truck Terminal, Wadala (E)
Mumbai 400037, Maharashtra, INDIA
E connect@thepencilapp.com
W www.thepencilapp.com

Author biography

லோகேஷ்

கதை சொல்லட்டுமா என்று நான்கு சிறுகதைகளை உள்ளடக்கிய புத்தகத்தின் எழுத்தாளர், WRITE -O - PHILE என்னும் சிறுகதை வலைதளத்தின் நிறுவனர் ,

CONTENTS

Acknowledgements

நான் எழுத்தாளர் ஆகா துணையாய் நின்ற என் நண்பர்கள் மற்றும் என் குடுபத்தினருக்கு நன்றி

அத்தியாயம் -1

சென்னை , மார்ச் 12 2018,

என் கண்களுக்கு என்னை சுற்றி இருக்கும் எதையும் பார்க்க முடியவில்லை ,சுற்றி எங்கும் இருட்டாக இருள் சூழ்ந்திருந்தது. அப்போது தான் வீட்டில் இருக்கும் இன்வெட்டர் சரிபண்ணாத விஷியம் நினைவில் வந்தது .மெழுகுவத்தி பற்ற வைக்க ,அதை தேடி பக்கத்து அறைக்கு சென்றேன் ,போன முறை மின்சாரம் துண்டிக்க பட்டவுடன் ஏற்றிய மெழுகுவர்த்தியை எங்கே வைத்தேன் என்று தெரியாமல் ஒவ்வொரு அறையாக தேடிக்கொண்டு இருந்தேன்.

இருட்டில் எதுவும் தெரியாமல் கையை வைத்து காற்றை தடவிக்கொண்டே நடந்தேன்,மெதுவாக படிக்கட்டை கண்டுபிடித்து மேலே ஏறினேன்.

மேலே ஏறி இடதுபுறம் இருக்கும் அறையை நோக்கி நடக்க ஆரம்பித்த போது கீழே கதவை

யாரோ வேகமாக தட்டும் சத்தம், யார் அது என்று மேலே இருந்தபடியே கத்தினேன் , எந்த பதிலும் இல்லை . ஆனால் தட்டும் சத்தமும் நிற்கவில்லை கீழே இறங்க மீண்டும் படியை நோக்கி நடந்தேன்,

பின்னாடி பூட்ஸ் சத்தம் கேட்டது,திரும்பி பார்த்தேன், யாரும் இல்லை படியில் இறங்கும் போது பின்னால் ஏதோ வெளிச்சம் இருப்பது போல் உணர்ந்தேன் திரும்பி பார்க்கும்போது ஒருவன் கையில் மெழுகுவத்தியும் மற்றொரு கையில் கத்தியும் வைத்திருந்தான் அவன் முகம் சரியாக தெரியவில்லை.

அந்த மெழுகுவத்தி வெளிச்சத்தில் அவன் நெற்றியில் இருக்கும் சின்ன தழும்பு மட்டும் தெரிந்தது, அவன் என்னை குத்துவதற்கு கையை ஓங்கினான், என் மனதில் பயத்துடன் கையை வைத்து முகத்தை மூடினேன் பதற்றத்தில் கால்கள் வழுக்கி படிக்கட்டில் தவறி விழுந்தேன் .

கீழே இருக்கும் டேபிளில் என் தலை முட்டியது,தலையில் இருந்து ரத்தம் வர ஆரம்பித்தது,காதுகளில் ஒரு ஓசை கேட்டது “ஒரு ஒரு துளிக்கும் நீ கணக்கு காட்ட வேண்டும் , கணக்கு முடிந்தவுடன் உன் வாழ்க்கை முடியும் “ என்று, மயக்கம் வர தொடங்கியது.

காதில் ஒலிக்கும் கதவை தட்டும் சத்தம் தான் நான் இன்னும் உயிருடன் இருக்கிறேன் என்று எனக்கு நினைவூட்டிக்கொண்டு இருந்தது.

சில வினாடிகளில் அந்த சத்தம் கேட்பது நின்றது, படிக்கட்டு இருக்கும் திசையில் இருந்து பூட்ஸ் சத்தம் கேட்க ஆரம்பித்தது நொடிக்கு நொடி அது அதிகரித்தது . அவன் என் அருகில் வருவதை உணர்ந்தேன், பாதி மயங்கிய நிலையில் இருந்த என்னால் எழுந்திரிக்க முடியாமல் அங்கேயே உருண்டேன், அவன் என்னை நெருங்கி வந்தான்,

”வேண்டாம் ,வேண்டாம் என்னை விட்டுவிடு என்று கத்தினேன் , அவன் கையை மீண்டும் ஓங்கினான், கத்தியை எடுத்து குத்த வந்தான்

…..விழித்தேன் பயத்துடன் கனவில் இருந்து. தனக்கு வந்த கனவை பத்தி ஆல்பர்ட், சந்திரனிடம் கூறினான்.

இதை கேட்டவுடன் சந்திரன் “நேற்று இரவு ஏதாவது திகில் படம் பாத்தியா? என்று கேட்டான். “இல்லை அதெல்லாம் பார்க்கவில்லை திடீரென்று ஏன் இப்படி வந்தது என்று எனக்கு தெரியவில்லை என்றான் “ ஆல்பர்ட்.

“அதே நினைத்து கொண்டு இருக்காதே மச்சான், ஏதாவது கேஸ் பற்றி இரவில் நினைத்துக்கொண்டே தூங்கிருப்பாய் அதனால் வந்துருக்கும், போலீஸ்காரன் ஆயிட்டாலே மனநிம்மதி கெட்டுப்போய்டும்.

நான் கிளம்புறேன், நாளை சந்திப்போம் “ என்று கூறிவிட்டு சந்திரன் கிளம்பினான்.

ஆல்பர்ட் , கிளம்பி ஸ்டேஷனுக்கு சென்றான். அங்கே அவனது இன்ஸ்பெக்டர் ரூமில் சென்று அவனது நாற்காலியில் ஆமர்ந்தான்.

ஹெட் கான்ஸ்டபில் ராமமூர்த்தியை அழைத்தான்,” சார் என்று அவன் முன் சல்யூட் அடித்தான் , “பெண்டிங் கேஸ்லாம் என்ன ஆச்சு? எதாவது இம்ப்ரூவ்மென்ட் இருக்க?” என்று ஆல்பர்ட் கேட்டான்.

“சார், இன்னும் அந்த பஸ் டிப்போ மர்டர் கேஸ் மட்டும் எந்த ஃகுளுவும், கண்டுபிடிக்க முடியல, 3 நாளாக முயற்சி செய்துவிட்டோம் எதுவும் கண்டுபிடிக்க முடியவில்லை “ என்றான் ராமமூர்த்தி .

“அந்த கேஸ் தான் என் மெடிக்கல் லீவை பாதியிலே கெடுத்தது. அது எவ்வளவு சீக்கிரம் முடியுமோ அவ்வளவு சீக்கரம் முடிக்க வேண்டும் ,

வண்டி எடுங்க ஸ்பாட்க்கு போகணும் “ என்று கட்டளையிட்டான்.

அத்தியாயம் -2

சென்னை மார்ச் 9 2018,

இரவு 1 மணிக்கு ஃபோன் அடிக்கும் சத்தம் கேட்டது, ஆல்பர்ட் எழுந்து சென்று போனை எடுத்தான் ."ஹலோ இன்ஸ்பெக்டர் ஆல்பர்ட்", என்றான். "

"சார் நான் தான் கிருஷ்ணா ஒரு முக்கியமான விஷயம் உங்களை உடனே பார்க்கணும்" என்றான்.

"இந்த நேரத்தில் என்ன விஷயம்". என்றான் ஆல்பர்ட் .

"சார் பிசினஸ் மேட்டர் சார், கொஞ்சம் ரகசியம் அதனால் போன்ல பேச வேண்டாம் நேரில் வர முடியுமா?" என்று கேட்டான்.

"சரி எங்க வரணும்" என்றான் ஆ

"என் ஃபார்ம் ஹவுஸ். வாங்க சா

ஆல்பர்ட், ரிவோல்வரை எ
வைத்துக்கொண்டு கிளம்பின
இருக்கும் இசிஆர் ரோடில் ஆ
சென்றது.

கிருஷ்ணா வீட்டிற்கு சென்
கிருஷ்ணா " வாங்க சார் சீக்கி
தான் காத்திருந்தோம்" என்றான்.

"என்ன ஆச்சு கிருஷ்ணா?"
கேட்டேன்.

"நிகிலேஷ், எங்க கம்பனியோ
பார்ட்னர், அவன் நே
மிஸ்ஸிங்,எல்லா இடமும்
கிடைக்கவில்லை ஃபேமிலி
நாளைக்கு ஒரு பெரிய பிராஜெக்
100 கோடி ரூபாய் குடுக்க
கோடி,அவன் கிட்ட தான் இருக்கு

கிருஷ்ணாவுக்கு ஃபோன் செய்தான் ஆல்பர்ட் .

"குடும்பத்துடன் பெங்களூர் சென்று விட்டான் அவன் பெங்களூரில் இருந்து வேறு இடத்துக்கு செல்வதற்குள் பிடித்தால் உன் பணம் கிடைக்கும்" என்றான் ஆல்பர்ட்.

"அதற்கான வேலைகளை நான் பார்க்கிறேன்" என்றான் கிருஷ்ணா.

வீட்டிற்கு வந்து தூங்க ஆரம்பித்தான், மறுபடியும் ஃபோன் அடிக்கும். சத்தம் அவனை எழுப்பியது. ராமமூர்த்தி பேசினான் "சார் உடனே வாங்க சார் இங்க நம்ம பஸ் டிப்போ கிட்ட ஒரு சடலம் இருப்பதாக தகவல் வந்தது சார்" என்றான். உடனே கிளம்பி சம்பவ இடத்திற்கு சென்றான்.

அங்கே சென்று விசாரணையை தொடங்கினான். அந்த சடலம் யார் மற்றும் கொலையாளி பற்றி ஏதாவது கண்டுபிடிக்க முடியுமா என்று ஆராய ஃபாரன்சிக் குழுவை அழைத்தான். மருத்துவமனைக்கு ஃபோன் செய்து சடலத்தை எடுத்து பிரேத பரிசோதனை செய்ய சொன்னான்.

ஃபாரன்சிக் டீம் அங்கே வந்து தடையங்களை ஆராயத்தொடங்கியது.

பின்னர் ஃபாரன்சிக் ஆபீஸர் ரவி, "இன்று இரவுக்குள் ஏதாவது கண்டுபிடித்தால் தெரியபடுத்துகிறேன்".என்று கூறினார். துரதிஷ்டவசமாக எந்த தடையங்களும் கிடைக்கவில்லை.

இறந்து போனது யார் என்று முதலில் கண்டுபிடிக்க வேண்டும் அப்போது தான் யார் செய்தது என்று கண்டுபிடிக்க முடியும் என்று ஆல்பர்ட் மனதில் தோன்றியது.

பிரேத பரிசோதனை செய்த அறிக்கை காலையில் தான் கிடைக்கும். என்று டாக்டர் ரமேஷ் கூறினார்.

அந்த சடலம் ஒரு 28-36 வயது உள்ளவரை போல் இருந்தது எனவே கடந்த மாதங்களில் இந்த வயதில் காணாமல் போன நபர்கள் பற்றி கேஸ் கொடுத்த எல்லோருக்கும் தகவல் தெரிவிக்கப்பட்டது.

விடிந்தும் எந்த வித முன்னேற்றமும் இல்லை …..கிளம்பி வீட்டுக்கு சென்றான் ஆல்பர்ட்.

அத்தியாயம் -3

இன்று ,மார்ச் 12, 2019……

வண்டியை எடுங்கள் சம்பவ இடத்துக்கு போகனும் என்று கட்டளையிட்டார். அல்பேர்ட், வெளியே கிளம்பும்போது ஒரு பெண் உள்ளே வந்தாள்.

பதற்றத்துடன்,"4 நாளாக என் கணவனை காணவில்லை ஃபோன் செய்தால் ஸ்விட்ச் ஆஃப் என்று வருகிறது, நீங்கள் தான் எப்படியாவது என் கணவரை கண்டு பிடித்து தர வேண்டும். அவர் வேலை செய்யும் இடம் நண்பர்கள் வீடு எல்லாம் இடத்திலும் விசாரித்து பார்த்தேன் எங்கேயும் இல்லை, நீங்கள் எப்படியாவது கண்டுபிடித்து தாங்கள்" என்று அழுதாள்.

அவள் அழுவதை நிறுத்திய பிறகு,

ஆல்பர்ட் , "உங்கள் பேர் என்ன என்று கேட்டேன் மற்றும் உங்கள் கணவரின் விவரங்களை ஒரு பேப்பரில் எழுதி போட்டோ உடன் ராமமூர்த்தி கையில் கொடுங்கள் நான் தேடி கண்டுபிடிக்க முயற்சிக்கிறேன்" என்று சொல்லிவிட்டு எழுந்து சென்றான்.

அவள், நான் ரேஷ்மா என்று அவளின் கணவனின் விவரங்களை ஒரு பேப்பரில் எழுதி போட்டோவுடன் ராமமூர்த்தி கையில் கொடுத்துவிட்டு பொறுமையாக நடந்தாள்.

அப்போது ஆல்பர்ட் அவளை கூப்பிட்டான். .

"உங்கள் கணவரின் வயது என்னவாக இருக்கும்" என்று கேட்டான், அவள் 30 சார் என்றாள்.

"ஓ, என்னுடன் வாருங்கள்" என்று அவளை அழைத்துகொண்டு மருத்துவமனைக்கு சென்றான்.

அத்தியாயம் -2

சென்னை மார்ச் 9 2018,

இரவு 1 மணிக்கு ஃபோன் அடிக்கும் சத்தம் கேட்டது, ஆல்பர்ட் எழுந்து சென்று போனை எடுத்தான் ."ஹலோ இன்ஸ்பெக்டர் ஆல்பர்ட்", என்றான். "

"சார் நான் தான் கிருஷ்ணா ஒரு முக்கியமான விஷயம் உங்களை உடனே பார்க்கணும்" என்றான்.

"இந்த நேரத்தில் என்ன விஷயம்". என்றான் ஆல்பர்ட் .

"சார் பிசினஸ் மேட்டர் சார், கொஞ்சம் ரகசியம் அதனால் போன்ல பேச வேண்டாம் நேரில் வர முடியுமா?" என்று கேட்டான்.

"சரி எங்க வரணும்" என்றான் ஆல்பர்ட்.

"என் ஃபார்ம் ஹவுஸ். வாங்க சார்" என்றான்.

ஆல்பர்ட், ரிவோல்வரை எடுத்து இடுப்பில் வைத்துக்கொண்டு கிளம்பினான், காலியாக இருக்கும் இசிஆர் ரோடில் ஆல்பர்ட் கார் வேகமா சென்றது.

கிருஷ்ணா வீட்டிற்கு சென்றவுடன், வாசலில் கிருஷ்ணா " வாங்க சார் சீக்கிரம், உங்களுக்காக தான் காத்திருந்தோம்" என்றான்.

"என்ன ஆச்சு கிருஷ்ணா?" என்று ஆல்பர்ட் கேட்டேன்.

"நிகிலேஷ், எங்க கம்பனியோட ஒன் ஆப் தி பார்ட்னர், அவன் நேற்றில் இருந்து மிஸ்ஸிங்,எல்லா இடமும் தேடி பார்த்தும் கிடைக்கவில்லை ஃபேமிலி ஓட மிஸ்ஸிங், நாளைக்கு ஒரு பெரிய பிராஜெக்ட் ஒப்பந்தம் முடிக்க 100 கோடி ரூபாய் குடுக்கணும் அந்த 100 கோடி,அவன் கிட்ட தான் இருக்கு அந்த பணத்தோடு

மிஸ்ஸிங்,அவனை எப்படியாவது கண்டுபிடிச்சு தாங்க , என் பணம் கிடைத்தால் உங்களுக்கு இந்த பிராஜெக்ட் ஷரில் 20 சதவீதம் தருகிறேன்" என்றான்.

"இந்த ஒரு இரவில் கண்டுபிடிப்பது கஷ்டம், ஆனால் முயற்சிக்கிறேன்" என்று கூறி நிகிலேஷின் எல்லாம் விவரங்களும் வாங்கிவிட்டு கிளம்பினான் ஆல்பர்ட்.

முதலில் போலீஸ் கண்ட்ரோல் ரூமிற்கு சென்றான்,அங்கே நிக்கிலேஷின் ஃபோன் நம்பரை கொடுத்து கடைசியாக எங்கே இந்த நம்பர் இயக்க பட்டுள்ளது என்பதை கண்டுபிடிக்க சொன்னான்.

அந்த நம்பர் கடைசியாக செயல் இழந்த இடம் பெங்களூர் என்பது தெரிய வந்தது. அதை வைத்து அவன் அங்கே சென்று இருக்கலாம் என்று எண்ணினான்… அவன் குடும்பத்தை பத்தி விசாரிக்க ஆரம்பித்தான்.

அவன் குடும்பம் 2 நாட்களுக்கு முன்பே பெங்களூர் கிளம்பி விட்டதாக பக்கத்து வீட்டு குடும்பத்தில் இருக்கும் அம்மா சொன்னது வைத்து தெரியவந்தது.

கிருஷ்ணாவுக்கு ஃபோன் செய்தான் ஆல்பர்ட் .

"குடும்பத்துடன் பெங்களூர் சென்று விட்டான் அவன் பெங்களூரில் இருந்து வேறு இடத்துக்கு செல்வதற்குள் பிடித்தால் உன் பணம் கிடைக்கும்" என்றான் ஆல்பர்ட்.

"அதற்கான வேலைகளை நான் பார்க்கிறேன்" என்றான் கிருஷ்ணா.

வீட்டிற்கு வந்து தூங்க ஆரம்பித்தான், மறுபடியும் ஃபோன் அடிக்கும். சத்தம் அவனை எழுப்பியது. ராமமூர்த்தி பேசினான் "சார் உடனே வாங்க சார் இங்க நம்ம பஸ் டிப்போ கிட்ட ஒரு சடலம் இருப்பதாக தகவல் வந்தது சார்" என்றான். உடனே கிளம்பி சம்பவ இடத்திற்கு சென்றான்.

அங்கே சென்று விசாரணையை தொடங்கினான். அந்த சடலம் யார் மற்றும் கொலையாளி பற்றி ஏதாவது கண்டுபிடிக்க முடியுமா என்று ஆராய ஃபாரன்சிக் குழுவை அழைத்தான். மருத்துவமனைக்கு ஃபோன் செய்து சடலத்தை எடுத்து பிரேத பரிசோதனை செய்ய சொன்னான்.

அங்கே அந்த முகம் சிதைக்கப்பட்ட சடலத்தை அவளிடம் காட்டினான்" இவரா பாருங்கள்?"என்று கேட்டான்.

அவள் அதை பார்த்தவுடன் அவள் கண்கள் கலங்கியது. அவள் எதுவும் சொல்லாமல் இல்லை என்பது போல் தலையை ஆட்டிக்கொண்டு கிளம்பினாள்.

ஆல்பர்ட் அவளை தடுக்கவில்லை. ஸ்டேஷனுக்கு சென்றான். அவள் கொடுத்த விவரங்களை எடுத்து பார்த்தான் பார்த்தவுடன் அவனுக்கு ஒரு அதிர்ச்சி ஏற்பட்டது.

அது நிகிலேஷின் விவரங்கள், அப்போ ரேஷ்மா தான் நிகிலேஷின் மனைவி என்பது தெரியவந்தது.

அவளை தேடி அவள் வீட்டுக்கு சென்றான் ஆனால் அவள் அங்கே இல்லை. அன்று இரவு முழுவதும் அவளை தேடினான் ஆனால் கிடைக்கவில்லை.

இரண்டு நாட்களுக்கு பிறகு,

ரேஷ்மா ஒரு காஃபி ஷாப்பில் இருப்பதை ஆல்பர்ட் கண்டான். அவளை பார்த்தவுடன் அங்கே சென்று அவளின் எதிர் இருக்கையில் அமர்ந்தான்.

"ரேஷ்மா, உங்கள் கணவர் காணாமல் போய் எத்தனை நாள் ஆனது" என்று ஆல்பர்ட் கேட்டேன்.

"வேண்டாம் சார் இனி அவரை நீங்க தேட வேண்டாம் தேடினாலும் கிடைக்க மாட்டார்" என்றாள்.

"ஏன் என்ன ஆச்சு?" என்று கேட்டான் ஆல்பர்ட் .

"சார் அன்று நான் மருத்துவமனையில் கண்டது அவர் தான்" என்று சொல்லி முடிப்பதற்குள் அழ தொடங்கினாள்.

"சார் எங்களை இப்படியே விட்டு விடுங்கள் நான் என் பையனுடன் வேற ஊருக்கு செல்ல போகிறேன். இனி இது பற்றி எதுவும்

பேசவேண்டாம், என் கணவர் இறந்து விட்டார் அவரை கொன்றவர்களை பழி வாங்கும் எண்ணம்

எல்லாம் இல்லை எனக்கு, என்னை என் பையனுடன் நிம்மதியாக வாழ விட்டால் போதும்" என்றாள்.

இந்த நேரத்தில் விசாரணை செய்ய ஆல்பர்ட் விரும்பவில்லை அந்த இடத்தில் இருந்து எழுந்து சென்றான்.

வெளியே வந்து கிருஷ்ணாவுக்கு ஃபோன் செய்தான்.."கிருஷ்ணா இனி நிகிலேஷை தேடுவது பலன் இல்லை அவன் இறந்துவிட்டான்" என்றான்

அதற்கு கிருஷ்ணா "யாரு சொன்னா, உங்களுக்கு எப்படி தெரியும் "என்று கேட்டான்.

"அவள் மனைவி", என்றான். ஆல்பர்ட் .

"அவளா! அவளை தான் இத்தனை நாட்களாக தேடிக்கொண்டு இருக்கிறேன்.எங்கே அவள்?" என்று சற்று கோபத்துடன் கேட்டேன். கிருஷ்ணா

"அவள் இங்க தான் ஒரு காஃபி ஷாப் ல" என்று சொல்லிக்கொண்டே திரும்பினான் ஆனால் அவள் அங்கே இல்லை.

"இவ்வளவு நேரமாக இங்க தான் இருந்தாள் இப்போ இல்லை" என்றான். ஆல்பர்ட்.

"எப்படியாவது அவளை கண்டுபிடியுங்கள் 100 கோடி ரூபாய் பணம் சார் அவளுக்கு தான் எங்கே இருக்கிறது என்பது தெரியும் " என்றான்.

பிறகு ஆல்பர்ட் அந்த கடைக்கு சென்று அங்கே இருக்கும் சிசிடிவி பதிவை பார்த்து அவளின் கார் நம்பரை கண்டுபிடித்தான் அந்த நம்பரை கண்ட்ரோல் ரூமிக்கு தெரியப்படுத்தி அவள் இருக்கும் இடத்தை கண்டுபிடித்தான்.

அத்தியாயம்-4

ரேஷ்மா, காஞ்சிபுரம் அருகில் ஒரு கிராமத்தில் தங்கி இருந்தாள் தான் 6 வயது பையனுடன். அந்த இடத்திற்கு ஆல்பர்ட் சென்றான்.

அவனை பார்த்தவுடன் ரேஷ்மா, அவனை உள்ளே அழைத்தாள், உள்ளே அமர்ந்தவுடன், "சொல்லுங்க சார்" என்று மென்மையான குரலில் கேட்டாள்.

"ஒன்னுமில்லை ரேஷ்மா, உங்களை விசாரிக்க நான் இங்கே வரவில்லை சில உண்மைகள் எனக்கு தெரிய வேண்டும் அதற்கு மட்டும் பதில் சொல்லுங்கள், அதன் பிறகு உங்கள் வாழ்வில் நான் வந்து தொந்தரவு செய்ய மாட்டேன்". என்றான் ஆல்பர்ட்.

"கேளுங்க சார் நானும் என் மனதில் இருக்கும் சுமையை இறக்கி வைத்து விடுகிறேன்" என்றாள்.

"ரேஷ்மா உங்க கணவருக்கு எதிரிகள் யாராவது இருக்கிறார்களா?,தொழில் எதிரிகள் அப்படி யாரும் இருக்கிறார்களா?" என்று கேட்டான்.

"சார் அவரை கொன்றது யாரு என்பது எனக்கு தெரியும் எதற்காக என்பது கூட தெரியும் எனக்கு அவர்களை பழிவாங்கும் எண்ணம் இல்லை, எனக்கு என் பையனின் வாழ்க்கை தான் முக்கியம்" என்றாள்.

"யார் என்று சொல்லுங்கள் நான் உங்களுக்கு நீதி கிடைக்க உதவுகிறேன்" என்றான்.

"எனக்கு நீதி எல்லாம் வேண்டாம், நிம்மதி தான் வேண்டும், என் கணவரை கொன்ற அரக்கன் கண்டிப்பா என்னையும் கொலை செய்ய வருவான் அவனிடம் இருந்து நிம்மதி வேண்டும் உங்களால் தர முடியுமா? முடியும் என்று வாக்கு கொடுத்தால் இதை பற்றி மேலும் பேசலாம்" என்றாள்.

"சொல்லுங்கள், நான் உதவி செய்கிறேன்", என்று வாக்கு கொடுத்தான்.

நிசப்தம் இரண்டு நிமிடம் அந்த இடத்தை சூழ்ந்தது........

பிறகு ரேஷ்மா பேச ஆரம்பித்தாள்......

"கிருஷ்ணா, என் கணவரின் நண்பர், இருவருக்கும் பெரிய தொழில் அதிபர்கள் ஆகவேண்டும் என்பது லட்சியம். இருவரும் இணைந்து ஒரு பிசினஸ் செய்ய ஆரம்பித்தனர் எல்லாம் நன்றாக தான் இருந்து தொழிலும் எந்த நட்சமும் இல்லமால் தான் இருந்தது. அவர் இறந்து போறதுக்கு 4 நாள் முன்னாடி ஒரு ஃபோன் வந்துச்சு அது பேசுனா அப்புறம் , உடனே பெங்களூர் போனும் , 2 நாளில் வந்துருவேன் , பிசினஸ் விஷயம்னு சொல்லிட்டு கிளம்பி போனார். அதன் பிறகு திரும்பி வரவில்லை சடலமாக தான் பார்த்தேன்" என்று அழுதுகொண்டே கூறினாள்.

இதனை கேட்ட பிறகு " சரி ரேஷ்மா, யாரு அவரை கொலை செய்தது ?அது தெரியும்னு சொன்னிங்க " என்று கேட்டான் .

அவள் ,"கிருஷ்ணா தான் , கொலை செய்தது எனக்கு தெரியும் ஆனால் ஏன் என்ற கேள்விக்கு என்னிடம் பதில் இல்லை " என்றாள்.

"காரணம் இல்லாமல் கிருஷ்ணா ஏன் நிகிலேஷை கொலை செய்யவேண்டும் ?" என்று கேட்டான் .

"காரணம் இருக்கு சார் , கிருஷ்ணாவும் என் கணவரும் இணைந்து தான் பிசினஸ் பண்றாங்க , வரும் லாபத்தில் இருவருக்கும் பங்கு இருக்கிறது , கடந்த இரண்டு மாதங்களாக நல்ல லாபம் அதற்கான பங்கு எங்களுக்கு வரவில்லை அதை என் கணவர் கேட்டார் அதற்கு கிருஷ்ணா ,இந்த இரண்டு மாதம் பங்கு கேக்காதே , பெரிய கடன் கொடுக்க வேண்டியது இருக்கு என்றான், 2 மாதங்கள் பொறுத்து கொண்டோம் , இந்த மாதமும் பங்கு வரவில்லை , இருவருக்கும் நடுவில் வாக்குவாதம் ஏற்பட்டது ,

என் கணவர் இறந்து , என் குடும்பத்திலும் யாரும் உயிரோட இல்லாமல் இருந்தால் எல்லாம் லாபமும் அவன் தனியாக அனுபவிக்கலாம் அதற்காக தான் கொலை செய்திருப்பான் , அவனது அடுத்த குறியாக நானும் என் மகனும் தான் இருப்போம் அவனிடம்

இருந்து நீங்கள் தான் எங்களை காப்பாற்ற வேண்டும் “ என்றாள் .

“நண்பர்கள் இடையே ஒரு வாக்குவாதம் அதற்க்காக கொலை செய்யும் அளவுக்கு யோசிப்பாங்களா? “ என்று கேட்டான்.

“கடைசியாக என் கணவர் அவரிடம் தான் பேசினார் , இறப்பதற்கு முன்பு 1 மாதமாக அவர் நிம்மதியாக இருக்கவில்லை ஏதோ குழப்பத்துடனே இருந்தார் எங்களிடம் எதுவும் பகிர்ந்துகொள்ளவில்லை , அது அவருக்கு வந்த கொலை மிரட்டலாக கூட இருக்கும் என்று எனக்கு சந்தேகம், நீங்கள் தான் கண்டுபிடிக்க வேண்டும், அவருக்கு எதிரிகள் என்று யாருமே இல்லை ,பகை , வெறுப்பு எதுவும் யாரிடமும் சம்பாதித்தது இல்லை, எனக்கு இருக்கும் ஒரே சந்தேகம் கிருஷ்ணா தான் “.என்றாள்.

“நான் விசாரணை செய்கிறேன் , உங்களுக்கு பாதுகாப்பு நான் ஏற்பாடு செய்கிறேன் இந்த கேஸ் முடியும் வரை நான் சொல்லும் இடத்தில் தங்கியிருங்கள் அங்கே உங்களுக்கு பாதுகாப்பாக இருக்கும்,” என்றான்.

அவள் சற்று யோசித்து விட்டு சம்மதம் சொன்னாள்.

அத்தியாயம்-5

அவள் கண்களில் உண்மை இருப்பதை ஆல்பர்ட் கண்டான், அதனால் அவளுக்கு உதவி செய்ய ஒற்றுக்கொண்டான், கிருஷ்ணாவுக்கு தெரியாமல் கிருஷ்ணாவை கண்காணிக்க தொடங்கினான்.

மறுநாள் ,கிருஷ்ணா ஃபோன் செய்தான்,"சார், அவள் இருக்கும் இடம் தெரியவந்துச்சா? " என்று கேட்டான்.

"இல்லை அவளை தான் நானும் தேடிக்கொண்டு இருக்கிறேன் தகவல் தெரிந்தால் சொல்லுகிறேன்" என்றான் ஆல்பர்ட் ..

"100 கோடி ருபாய் சார் , அது இல்லாமல் இங்க கம்பனியில் பெரிய நஷ்டம் வந்துருச்சு, நிகிலேஷ் இறந்த பிறகு அந்த பணம் எங்கே இருக்குனு

அவளுக்கு தான் தெரியும் அதனால் அவளை சீக்கிரம் கண்டுபிடிக்க வேண்டும்." என்றான் கிருஷ்ணா.

“சரி கிருஷ்ணா நான் என்னால் முடிந்த வரை வேகமா தேடுகிறேன்“ என்றான் ஆல்பர்ட் .

ஆல்பர்ட் மனதில் குழப்பம் அதிகரித்தது , யாரை நம்புவது என்று தெரியாமல் குழம்பி நின்றான் .

படுத்து கொண்டு யோசித்துக்கொண்டு கொண்டு இருந்தான்.

அத்தியாயம்-6

மறுநாள் ஆல்பர்ட், இந்த ஒரு மாதம் கிருஷ்ணா யாருடன் எல்லாம் ஃபோனில் பேசியிருக்கிறான் என்ற லிஸ்டை ராமமூர்த்தியிடம் தயார் செய்ய சொன்னான்,

கிருஷ்ணா மீது இதற்கு முன்னாடி ஏதாவது கேஸ் பதிவு செய்யப்பட்டுள்ளதா? என்பதையும் பார்க்க சொன்னான்.

அதற்கான வேலைகளை ராமமூர்த்தி செய்ய ஆரம்பித்தான்.

அப்போது, ஆல்பர்ட்டின் மேல் அதிகாரியிடம் இருந்து ஃபோன் வந்தது, “ஆல்பர்ட், ஒரு வாரம் ஆகிறது இன்னும் அந்த கேஸ் ஒரே இடத்தில் தான் இருக்கிறது யார் கொலையாளி என்பதை ஏதாவது கண்டுபிடித்தீர்களா?”, என்று கேட்டார்.

அதற்கு ஆல்பர்ட்,”சார் இறந்து போனது யார் என்று கண்டு பிடித்து விட்டோம் ஆனால் கொலையாளி பற்றி எதுவும் தெரியவில்லை, விசாரணை செய்து கொண்டு இருக்கிறோம் கூடிய விரைவில் கண்டுபிடித்து விடுவோம் சார்” என்றான்.

“சீக்கரம் இன்னும் 2 நாட்களில் இந்த கேஸ் முடியவில்லை என்றால், உங்கள் வேலைக்கு பிரச்சனை வரும்” என்று எச்சரித்தார். 2 நாட்களில் எப்படி கொலைகாரனை கண்டுபிடிப்பது என்று யோசிக்க தொடங்கினான்.

கிளம்பி கிருஷ்ணா வீட்டிற்கு சென்றான் அவனை விசாரணை செய்ய,

கிருஷ்ணா தனியாக அமர்ந்து , அவனின் மடிக்கணினில் ஏதோ வேலை செய்து கொண்டு இருந்தான். அவன் ஆல்பர்ட்டை பாத்தவுடன் எழுந்து

“வாங்க சார் உக்காருங்க, என்ன ஆச்சு பணம் பற்றி ஏதாவது தெரியவந்துதா? “ என்று கேட்டான்.

“கிருஷ்ணா , நீ எனக்கு சில விஷயங்கள் தெளிவு படுத்த வேண்டும்” என்றான் ஆல்பர்ட்.

“என்ன விஷயம் சார் ,கேளுங்கள்”,என்றான் .

“நிகிலேஷ் , யாரு?, உனக்கும் அவனுக்கும் என்ன சம்பந்தம்?” , என்று கேட்டான்.

“நிகிலேஷ், என் நண்பன் சார் இருவரும் சின்ன வயதில் இருந்து ஒன்றாக தான் படித்தோம் , படிப்பு முடிந்தவுடன் இருவரும் ஒன்றாக சேர்ந்து தொழில் தொடங்கலாம் என்று ஆசை பட்டோம் ,அதே போல் தொழில் ஆரம்பித்தோம், நன்றாக லாபம் தந்தது அந்த தொழில் , லாபத்தில் இருவரும் பங்கு பிரித்து கொண்டோம். நடுவில் இரண்டு மாதங்களாக எந்த பங்கும் அவன் எனக்கு தரவில்லை ஏதோ கடன் பிரச்சனை என்று அவனே எடுத்து கொண்டான், மூன்றாவது மாதமும் அவன் தரவில்லை , வாக்குவாதம் ஏற்பட்டது , அதன் பிறகு கம்பெனி சரியாக நடக்கவில்லை சறுக்கல் சந்தித்தது ,நாங்கள் சாப்ட்வேர் உருவாகும் கம்பெனி , அதில் புதிதாக ஒரு டெக்னாலஜி சேர்க்க 100 கோடி ருபாய் ஒரு டீலரிடம் பேரம் பேசினேன் , அவனும்

ஒற்றுக்கொண்டான். அதற்காக 100 கோடி தாயர் செய்தேன். அதை அவனிடம் கொடுத்து பெங்களூரில் இருந்த அந்த டீலரிடம் கொடுக்க சொல்லி பணத்தை நிகிலேஷிடம் கொடுத்து அனுப்பினேன்.

இரண்டு நாட்கள் ஆகியும் எந்த தகவலும் வரவில்லை டீலர் பணம் வரவில்லை என்ற தகவலை சொன்னான் , நிகிலேஷ் போனே எடுக்கவில்லை , அவனை பற்றிய எந்த தகவலும் இன்று வரை கிடைக்கவில்லை அதனால் தான் உங்களிடம் உதவி கேட்டேன்".என்று நிகிலேஷ் பற்றி எல்லாம் விஷயங்களையும் சொன்னான் . பிறகு , கிருஷ்ணா , நிகிலேஷுக்கு பணம் அனுப்பிய ஆதாரங்களை காட்டினான்.

"சார், என் நண்பன் இறந்துவிட்டான் , அது எனக்கு மிகவும் கஷ்டமாக இருக்கிறது பணம் கூட வேண்டாம் சார் , என் நண்பனுக்கு என்ன ஆச்சுனு கண்டுபிடிச்சு சொல்லுங்க அவன் இழப்பு என் வாழ்வில் தாங்கி கொள்ள முடியாத ஒரு இழப்பு " என்று கண்கலங்கியபடி பேசினான்.

“கலங்காதே கிருஷ்ணா கூடிய விரைவில் எல்லாம் கண்டுபிடிக்கலாம், என்று அவனுக்கு ஆறுதல் கூறினான் ஆல்பர்ட்.

“நான் ஏதாவது தகவல் தெரிந்தால் உடனே உனக்கு தெரியப்படுத்துகிறேன்” என்று கூறிவிட்டு அங்கு இருந்து கிளம்பினான்.

கிருஷ்ணாவை விசாரணை செய்தால் ஏதாவது உண்மைகள் கிடைக்கும் கேஸ் சீக்கரம் முடியும் என்று நினைத்தான் ஆல்பர்ட் ஆனால் அவனிடம் பேசிய பிறகு குழப்பம் தான் அதிகரித்தது.

இருவரில் யாரை நம்புவது, இருவர் சொல்வதும் உண்மை மாதிரி தான் தோணுகிறது. அடுத்து என்ன செய்வது என்ற குழப்பத்தில் தவித்தான் ஆல்பர்ட்

மேலதிகாரி கொடுத்த இரண்டு நாளில் ஒரு நாள் முடிந்துவிட்டது, எதுவும் கண்டுபிடிக்கவில்லை நாளையும் எதுவும் கண்டுபிடிக்கவில்லை என்றால்

கேஸ் கைமாறி போய்விடும் அது ஆல்பர்ட்டின் வேலையில் ஒரு கருப்பு புள்ளி ஆகிவிடும்.

அத்தியாயம் -7

இரவு முழுவதும் யோசித்துக்கொண்டு இருந்த ஆல்பர்ட் காலையில் சில கேள்விகளுடன் ஸ்டேஷனுக்கு வந்தான்.

“பெங்களூரில் காணாமல் போன கணவரை பற்றி , பெங்களூரில் கேஸ் கொடுக்காமல் நம்ம ஸ்டேஷனில் ஏன் அவள் கேஸ் கொடுத்தாள்?”

“அவள் பெங்களூரு சென்று தேடினாலா?,” பெங்களூரு சென்றத்துக்கு ஆதாரம் எதுவும் இருக்கிறதா?” போன்ற கேள்விகள் ரேஷ்மா மீது சந்தேகம் ஏற்படுத்தும் வகையில் அமைந்தது.

“இந்த கொலையை ஏன் இவர்கள் இருவர் இல்லாமல் வேறு யாரவது செய்திருக்க கூடாது,”இந்த விசாரணைகளின் முடிவில் தீர்க்க முடியாத பகுதி ஒன்று இருக்கிறது, நிகிலேஷிக்கு,

பெங்களூரில் என்ன நடந்து அது மட்டும் மர்மமாகவே இருக்கிறது.

கிருஷ்ணா சொல்வது உண்மை அவனிடம் ஆதாரங்கள் இருக்கிறது, ஆனால் ரேஷ்மாவிடம், எந்த ஆதாரமும் இருப்பதாக தெரியவில்லை.

நிகிலேஷ் ஒருவேளை ரேஷ்மாக்கு தெரியாமல் யாரிடமாவது கடன் வாங்கி இருக்கலாம் அதை அவளுக்கு தெரியாமல் அடைப்பதற்கு அந்த பணத்தை செலவு செய்துவிட்டு பணமே வரவில்லை என்று பொய் கூட சொல்லி இருக்கலாம்.

இப்படி பல கோணங்களில் யோசிக்க தொடஙகினான் ஆல்பர்ட்.

அவன் மனதை தயார் செய்தான் .....இன்று நான் இருவரில் யாரையும் சந்தேக பட போவதில்லை ஒரே ஒரு கேள்விக்கு மட்டும் விடை கண்டுபிடிக்க போகிறேன் என்று அந்த கேள்வியை அவன் அறையில் இருக்கும் போர்டில் எழுதிவைத்தான்

“பெங்களூரில் நிகிலேஷிக்கு என்ன ஆச்சு?”.

ரேஷ்மாக்கு ஃபோன் செய்தான் ,"ஹலோ ரேஷ்மா நான் கேட்கும் கேள்விகளுக்கு மட்டும் பதில் தெரியணும் எனக்கு", என்று கேட்டான்.

"நிகிலேஷ் பெங்களூருக்கு எத்தனை மணிக்கு கிளம்பினான், எதில் போனான்?" என்று கேட்டான்.

அதற்கு அவள்,"சார் கார் ல தான் , சுமார் இரவு 9 மணிக்கு கிளம்பினார்" என்றாள்.

அப்போது ஆல்பர்டிக்கு ஒரு யோசனை தோன்றியது , "அந்த காரை கண்டுபிடித்தால் அவன் எங்குயெல்லாம் சென்றான் என்று கண்டுபிடித்துவிடலாம்" என்று நினைத்தான்.

அவன் யோசித்து கொண்டு இருக்கும்போது , ஒரு 30 வயதுகொண்ட ஒருவன் ஸ்டேஷன் உள்ளே வந்தான், இன்ஸ்பெக்டர் சாரை பார்க்கவேண்டும் என்ற குரல் ஆல்பர்டிக்கு கேட்டது.

"அவரை உள்ளே அனுப்புங்கள் " என்றான்.ஆல்பர்ட் , அவன் உள்ளே வந்தான்

“என்ன விஷயம் சொல்லுங்கள் “ என்று அவனிடம் ஆல்பர்ட் கேட்டான்.

“சார் , என் பெயர் கமல், நான் தான் 9 ஆம் தேதி, பஸ் டிபோல ஒரு பேக் சர்ச்சையை ஏற்படுத்திய

செய்திக்கு காரணம் சார், நான் தான் அதை வைத்தது" என்றான்.

இதை கேட்டதும் ஆல்பர்ட்க்கு அதிர்ச்சியாக இருந்தது .

“ஹே நீ யாரு நீ ஏன் இதெல்லாம் பண்ண உனக்கும் இறந்துபோன நிகிலேஷுக்கும் என்ன சம்பந்தம்?” என்று ஆல்பர்ட் கேட்டான்.

“சார் , இறந்துபோனவர் யாருனு கூட எனக்கு தெரியாது அவர் பெயர் நிகிலேஷ் என்பதே நீங்க இப்போ சொல்லி தான் எனக்கு தெரியும்” என்றான்

.

“அப்புறம் எதற்கு அவனை கொலை செஞ்ச நீ, யாரவது செய்ய சொன்னாங்களா?”என்று ஆல்பர்ட் கேட்டான்.

“சார் அந்த பேகை எடுத்து வந்தது மட்டும் தான் நான் அதற்குள் என்ன இருந்தது கூட அப்போ எனக்கு தெரியாது” என்றான்

“அப்போ , யார் இதை உன்னிடம் கொடுத்தது?” என்று கேட்டான் .

“சார் , நடத்த உண்மை எல்லாத்தையும் சொல்லிவிடுகிறேன் கேளுங்கள் “ என்று சொல்ல ஆரம்பித்தான் .

“அன்று தான் நான் ஊரில் இருந்து சென்னைக்கு வந்தேன் , ரயிலில் இருந்து இறங்கியவுடன். இரண்டு கையிலும் ஒரு ஒரு பேக்கை வைத்திருந்தேன், என் நண்பனுக்கு ஃபோன் செய்வதற்காக ஒரு பேக்கை கீழே வைத்துவிட்டு போன்செய்தேன் , பேசி முடித்தபிறகு பேக்கை எடுத்து கொண்டு கிளம்பினேன். எனக்கு சென்னை பழக்கப்பட்ட இடம் இல்லை அதனால் என்னை

அழைத்து செல்ல என் நண்பன் வந்தான் அவன் பைக்கை ஓட்டினான் நான் பின்னே அமர்ந்து சென்றேன் அந்த பேக்கை என் தொடையில் வைக்கும்போது , ஏதோ கேட்ட நாற்றம் அடித்தது உள்ளே துறந்து பார்த்தால் சில்வர் கலர் கவர் பெரிதாக இருந்தது , அப்போது தான் நான் பையை மாற்றி எடுத்து வந்துவிட்டேன் என்று , இது ஏதோ இறைச்சி பை என்று நினைத்து அதை குப்பை தோட்டி அருகில் தூக்கி போட்டுவிட்டு உடனே திரும்பி ரயில்நிலையத்திற்கு சென்று என் பையை எடுத்து கொண்டு சென்றேன், நல்ல வேலை அதை யாரும் எடுக்கவில்லை" என்று மெரும்மூச்சு விட்டான்.

இதை கேட்டபிறகு ,"நீ சொல்லும்கதை நம்பும்படி இல்லை அதனால் இது உண்மை என்று நான் கண்டுபிடிக்கும் வரை நீ இங்கே தான் இருக்க வேண்டும்" என்று கூறிவிட்டு கிளம்பினான்.

கமல் சொல்வதை உண்மை என்று ஆல்பர்ட்டின் மனம் ஏற்கவில்லை , ஆனாலும் உண்மையாக இருந்தால் என்ன செய்வது , என்றும் குழப்பம் அவன் மனதில் இருந்தது.

அதை பற்றி விசாரணை செய்ய சென்ட்ரல் ரயில் நிலையத்திற்கு சென்றான் .

அங்கே இருக்கும் சிசி டிவி பதிவுகளில் மார்ச் 9 அன்று நடந்ததை பார்க்க ஆரம்பித்தான், அப்போது கமல் சொன்னது அப்படியே அதில் பதிவாகியிருந்தது கொஞ்சம் பின்னாடி சென்று அதை யார் வைத்தது என்று பார்க்க ஆரம்பித்தான்.

ஒருவன் கருப்பு நிற உடையணிந்து , ரயிலை விட்டு அந்த பையுடன் இறங்குவதை கண்டான். அவனின் முகம் மூடப்பட்டு இருந்தது. நெற்றியும் கண்ணும் மட்டும் தான் தெரிந்தது .

அதில் அவன் நெற்றியில் இருக்கும் வெட்டுக்காயம் மட்டும் தான் தெரிந்தது. அந்த கண்களை ஆல்பர்ட் இதற்கு முன்னாடி எங்கோ பார்த்தது போல் இருந்தது .

அந்த கண்களை எங்கு கண்டோம் என்று யோசித்துக்கொண்டு இருந்தான்.

பிறகு அந்த கொலைகாரன் இறங்கிய கம்பார்ட்மெண்டில் அன்று பயணம் செய்த எல்லாம் பயணியின் விவரங்களையும் ரயில்வே கண்ட்ரோல் ரூம் மூலம் பெற்றுக்கொண்டு வந்தான்.

ஃபோன் அடிக்கும் சத்தம் கேட்டது ,எடுத்து பேசினான் ,போனில் அவனின் உயர் அதிகாரி பேசினார் .

“என்ன ஆச்சு ,இன்றும் எதுவும் உங்களால் கண்டுபிடிக்க முடியவில்லையா?, எங்களால் பத்திரிகைகளுக்கு பதில் சொல்லிமுடியவில்லை எனவே இனி உங்களிடம் இந்த கேஸை கொடுப்பதில் எங்களுக்கு நம்பிக்கை இல்லை எனவே இன்று முதல் அந்த கேஸ்க்கு வேற இன்ஸ்பெக்டர் போட்டாச்சு நீங்க உங்க மெடிக்கல் லீவை தொடருங்கள் அது முடிந்தபிறகு, உங்களுக்கு வேறு ஸ்டேஷன் கொடுக்கப்படும் “ என்றார்.

“ஆனால் சார் நான் அந்த கொலைகாரனை நெருங்கிட்டேன் கூடிய விரைவில் கண்டுபிடித்துவிடுவேன் நம்புங்கள்.” என்றான்.

“உங்களை நம்பித்தான் 2 நாட்கள் டைம் கொடுத்தேன் ஆனால் நீங்கள் எதுவும் பண்ணவில்லை , அதனால் நீங்கள் விலகிக்கொள்ளுங்கள் “ என்றார்.

அதன் பிறகு அவரின் வார்த்தையை மறுத்து ஆல்பர்ட்டால் எதுவும் பேச முடியவில்லை . அவரின் முடிவை ஏற்று ஸ்டேஷனுக்கு கூட சொல்லாமல் வீட்டிற்கு சென்றான்.

அத்தியாயம் -8

மூன்று நாட்களாக வீட்டில் இருந்தான் …..எதை பற்றியும் யோசிக்கவில்லை

கிருஷ்ணாவிடம் இருந்து ஃபோன் வந்தது , "சார் விஷயம் இன்று தான் கேள்விப்பட்டேன் . மிகவும் கஷ்டமாக இருந்தது, விடுங்க சார் என் நண்பனை கொன்றவனுக்கு தண்டனை கடவுள் தருவார்".என்றான் .

ஆல்பர்ட் எதுவும் பேசவில்லை,"பரவாயில்லை கிருஷ்ணா" என்று மட்டும் கூறிவிட்டு போனை வைத்தான் .

அடுத்த நாள் கொலைகாரன் பிடிபட்டான் என்ற செய்தி வந்தது, கொலைகாரன் என்று கமலை காட்டினார்கள் . ஆனால் கொலைகாரன் அவனில்லை என்று ஆல்பர்ட்டுக்கு தெரியும் ஆனால் அதை நிரூபிக்கும் இடத்தில் அவன் இல்லை.

இதை தன் வாழ்வில் பெரிய தோல்வியாக ஆல்பர்ட் நினைத்தான்.இனி இந்த வழக்கை பற்றி எதுவும் யோசிக்காமல் வாழ்வை கடத்த நினைத்தான்,

ரேஷ்மாவுக்கு ஃபோன் செய்தான் ,"கிருஷ்ணா நல்லவன்தான் அவன் கண்டிப்பாக கொலை செய்யவில்லை நீங்கள் நிம்மதியாக உங்கள் கிராமத்தில் வாழலாம் என்னை நம்புங்கள் " என்றான். ஆல்பர்ட்.

ரேஷ்மா ,"நன்றி சார் இவளோ நாள் எங்களுக்காக போராடியதற்கு " என்றாள்

பிறகு ரேஷ்மா கிளம்பி தன் கிராமத்திற்கே சென்றாள்.

அன்று இதுவரை ஃபோன் வராத ஒரு நபரிடமிருந்து ஆல்பர்டிக்கு ஃபோன் வந்தது போனில் அவன் மனைவி ,

4 மாதங்களுக்கு முன்பு பிரிந்து சென்றவள், இருவருக்கும் இடையே ஒரு சின்ன கருத்து வேறுபாடு அது பெரியதாகி இருவரும் பிரிந்தனர்.

போனை எடுத்து பேசினான் ,"ஹலோ என்று அவள் குரல் கேட்டவுடனே, ஆல்பர்ட்டின் கண்கள் கலங்கியது ,அதே போல் அவளின் கண்களிலும் கண்ணீர்.

“உன்னை பார்க்கணும் “என்றாள் அவள் .

“இந்த முறை நான் வருகிறேன் உன்னை தேடி , அடுத்த 12 மணி நேரத்திற்குள் உன்னை பார்ப்பேன், நாளைக்கே கிளம்பிவந்துவிடுவேன் என்றான்.

அதேபோல் மறுநாளே திருநெல்வேலியில் இருக்கும் தன் மாமனார் வீட்டிற்கு கிளம்பினான் தன் மனைவியை பார்க்க.

பஸ் ஸ்டாப்பிற்கு சென்றான் ,பஸ் கிளம்ப அரை மணிநேரத்திற்கு முன் அவனுக்கு ஒரு ஃபோன் வந்தது , “ஆல்பர்ட் நீங்க உடனே மாம்பலம்

ஸ்டேஷன் இன்ஸ்பெக்டராக சார்ஜ் எடுக்கணும், மாம்பலம் தான் இனி நீங்க வேலை செய்யப்போகும் ஸ்டேஷன் “ என்றார் அவனின் உயரதிகாரி,

“சார் இன்னைக்கே சார்ஜ் எடுக்கணுமா?” என்று கேட்டான் .

“ஆமாம் ஆல்பர்ட் இன்றே நீங்கள் எடுக்கவேண்டும் ,நீங்கள் விட்டுச்சென்ற அந்த கேஸ் மீண்டும் தொடர்கிறது, அடுத்து ஒரு பேக் மாம்பலம் அருகில் இருக்கும் டெப்போவில் இருந்ததாம், அதற்குள்ளும் சடலம் தான் “ என்றார்.

“சரி சார் நான் ஸ்பாட்டிக்கு சென்று பார்க்கிறேன்” என்று சொல்லிவிட்டு போனை வைத்தான் .

மனைவி நிஷாவிடம் இருந்து ஃபோன் வந்தது,”என்னங்க கிளம்பிட்டீங்களா?” என்று கேட்டாள் .

“கிளம்பிட்டேன், அரை மணிநேரத்தில் பஸ் கிளம்பிவிடும்” என்றான். வீட்டிற்கு சென்று ,யூனிபோர்ம், போட்டுகொண்டு கிளம்பினான், அங்கே சம்பவ இடத்தில் இவன் வருவதற்கு முன்னே பத்திரிகையாளர்கள் இருந்தனர் , அவர்களின் கேள்விகளை கேட்க ஆரம்பித்தனர்.

எதற்கும் ஆல்பர்ட் பதிலளிக்கவில்லை, அவனின் வேலையை ஆரம்பித்தான்,

ஃபாரன்சக் செயல்முறைகள் முடிந்தது,பிரேத பரிசோதனைக்கு சடலத்தை எடுத்துச்சென்றனர்.

இந்த சவாலை ஆல்பர்ட்டின் மனம் ஏற்றுக்கொண்டது ……..

பிரேத பரிசோதனை முடிவுகள் வந்தது , இறந்து 2 மணி நேரம் தான் ஆகிறது அதை போல் இறந்தது யார் என்று கண்டுபிடிக்க முடியவில்லை.

போன கொலை செய்தவன் தான் இதையும் செய்திருக்க வேண்டும்,அதே மாதிரி முறையில்தான் இதுவும் நிகழ்ந்திருக்கிறது .

போன வழக்கில் கண்டுபிடித்த விஷயம் கருப்புநிற உடையணிந்த ஒருவன் கண்ணுக்கு மேலே நெற்றில் வெட்டுக்காயம் கொண்டவன் தான் இதனை செய்தான் என்பது,அவனே தான் இப்போதும் செய்திருக்க கூடும் என்று எண்ணினான் .

இந்த முறை , இறந்த இரண்டு மணி நேரத்திலே சடலம் கிடைத்துவிட்டது, இந்த முறை ஒரு புதிய வியூகத்தை யோசித்தான்.

கண்டிப்பாக அவன் இந்த நகரத்தை விட்டு எங்கயும் போயிருக்க முடியாது அவனை எப்படியாவது வெளியே கொண்டு வர வைக்க வேண்டும் என்று நினைத்தான்.

அதற்கு என்ன செய்வது என்று யோசித்து கொண்டு இருந்தான்.

வீட்டிற்கு சென்றான், காண்ணாடி முன் நின்றான், தன் முகத்தை பாத்தான், நெற்றியின் மேல் இருக்கும் ஆழமான வெட்டு தழும்பை தடவினான்.

அவனுக்குள் சில பழைய நியாபங்களில் மனதில் தோன்ற ஆரம்பித்தது.

அத்தியாயம்-9

ஐந்து வருடங்களுக்கு முன்.......

கல்லூரி நினைவுகள் , படித்தால் கிரிமினாலஜி தான் படிப்பேன் என்று அடம்பிடித்து, கிரிமினாலஜி சென்றேன். புதிய காலேஜ் புதிய மனிதர்கள் சந்திக்கும் வாய்ப்பு கிடைத்தது, புதிய நண்பர்கள் கிடைத்தனர்.

சின்ன வயதில் இருந்து கிரைம் சினிமா மற்றும் கிரைம் நாவல்கள் படித்து படித்து , அதில் வரும் கதையின்நாயகன், அதை கண்டுபிடிக்கும் விஷயங்களை பாத்து,படித்து, அதன் மேல் ஈர்ப்பு ஏற்பட்டது.

பிடித்த விஷயங்கள் செய்வதில் வரும் மகிழ்ச்சி வேறு எதிலும் வருவதில்லை என்பதை உணர்ந்தேன்.

கல்லூரி நாட்கள், என் வாழ்வில் அழகாக நகர்ந்துகொண்டு இருந்தது, அதை விட நாளுக்கு நாள் நிறைய கற்றுக்கொண்டு இருந்தேன்.

அன்று, நல்ல வானிலை 3 நாட்களுக்கு விடாத அடைமழைக்கு பிறகு ஒரு இளம்வெயில், பஸ்சில் ஜன்னல் ஓர பயணம் அப்போதுதான் அவள் என் வாழ்வில் வந்தாள்.

என் அருகில் அமர்ந்தாள், முதல்முதலில் அன்று தான் அவளை கண்டேன், பக்கத்தில் இருக்கிறாள் ஆனால் அடிக்கடி திரும்பி பார்த்தால் நம்மை என்ன நினைப்பாள் என்ற எண்ணம் மனதில் ஓடிக்கொண்டே இருந்தது, ஆனால் அவளை பார்ப்பதை நிறுத்தவும் முடியவில்லை.

அவளை பார்த்த தருணம் ஏதோ ஒரு மொத்த காதல் நாவல் படித்த ஒரு உணர்வு. உண்மையை சொன்னால் நான் காதல் நாவல்கள் படித்ததே இல்லை, இது இதற்கு முன்னால் அனுபவிக்காத ஒரு உணர்வு .

ஏதாவது பேச ஆரம்பிக்கலாமா ? என்று யோசித்தேன்.

மனதிற்குள் தைரியத்தை வரவைக்க முயன்றேன், பேசிடலாம் என்று திரும்புவதற்குள் ,நான் இறங்கவேண்டிய இடம் வந்துவிட்டது,

அதிசயம் என்னவென்றால் அவளும் அதே இடத்தில் இறங்கினாள், அவள் கையில் இருக்கும் பேகில் இருந்து ஐடி கார்டை கழுத்தில் மாட்டினாள், அது எங்க காலேஜ் ஐடி கார்ட்.

பின்தொடர்த்தேன் அவளை , அவள் என்ன டிபார்ட்மெண்ட் என்று கண்டுபிடிப்பதற்குள், ஃபோன் வந்தது வீணாப்போன நண்பன் கார்த்திக் இந்த நேரம் தான் பண்ணுவான், சீக்கரம் வா மச்சான் இங்க என்று கூப்பிட்டான்.

ஒரு நிமிடம் நண்பனா இல்லை பொண்ணா என்று யோசித்தேன், யோசிப்பதற்குள் அவள் போய்விட்டாள்.

“என்ன விஷயம் எதற்கு கூப்பிட என்னை ?” என்று கேட்டேன் ,அவனின் பதில் அவனை அடிப்பதில் தப்பில்லை என்று தோன்றியது ஆனால் நண்பனாக போய்ட்டானே அதான் அவனை அடிக்கவில்லை

“போர் அடிக்குது மச்சான் அதான் கூப்பிட்டேன் என்றான்”.

அதன் பிறகு தினமும் அதே நேரத்துக்கு கிளம்ப ஆரம்பித்தேன். ஆனால் அடுத்த ஒரு வாரம் அவளை பஸ்சில் பார்க்கவில்லை .

காலேஜில் எந்த டிபார்ட்மெண்ட் என்று கூட கண்டுபிடிக்க முடியவில்லை, அவள் முகமே கொஞ்ச கொஞ்சமாக நினைவில் இருந்து மறைய ஆரம்பித்தது.

அத்தியாயம் -10

மாதங்கள் கடந்தது, மீண்டும் பார்ப்பேன் என்ற நம்பிக்கையும் குறைந்தது, ஒரே காலேஜில் இருந்தும் அவளை கண்டுபிடிக்க முடியவில்லை, ஆனால் தேடாத நாளே இல்லை.

ஒரு முறை கண்ட அவள் முகத்தை மீண்டும் பார்க்க முடியவில்லை என்று தினம் இரவு என் மனம் ஏங்கியது.

அவள் மேல் இருந்த அந்த ஈர்ப்பு குறையவில்லை அவளை பற்றி யோசிப்பதை நிறுத்திவிட்டு படிப்பில் கவனம் செலுத்த ஆரம்பித்தேன்.

நான் அவளை பற்றி கார்த்திக்கிடம் தினம் புலம்புவேன், இனி அவன் காதுகள் என் புலம்பலை கேட்க போவதில்லை, நான் படிப்பில் கவனம் செலுத்த போகிறேன்.

அன்று, பஸ்சில் ஏறியவுடன் என் மனம் அவளை தேடவில்லை அவளை மறக்க என் கவனத்தை திசை திருப்பினேன், எப்போவும் கேக்கும் காதல் பாடல்களை , குத்து பாடல்களாக மாற்றினேன்.ஜன்னல் ஓரத்தில் வேடிக்கை பாத்துக்கொண்டு பாடல் கேட்டுக்கொண்டு பயணம் செய்தேன்.

வானிலை மற்றம் போல் என் வாழ்வில் ஒரு மாற்றம்,

மீண்டும் அவள் என் வாழ்க்கையில் ……..மீண்டும் அருகில் இருக்கும் இருக்கையில் அவள் , என் இதயம் படபடவென அடிக்க தொடங்கியது, அதை அதிகரிக்கும் விதமாக அவள் என் கண்களை பாத்து சிறிய புன்னகையும் ,”ஹாய் “,என்றாள்.

ஒரு நிமிடம் என்னை சுற்றி நகரும் எதுவும் என் மனதிற்கு தெரியவில்லை.

என்னையே அறியாமல் என் உதடுகள் அசைந்தது,”ஹாய் “, என்றேன்.

காதில் மாட்டியிருந்த ஹெட்சேட்டை கழட்டினேன், "நீங்க எங்க காலேஜ் தான?" என்று கேட்டாள்.

நான்,"ஆமாம்" என்று தலை ஆட்டினேன்," உங்களுக்கு எப்படி தெரியும் ?" என்று கேட்டேன்.

"தினமும் உங்களை இதே பஸ்சில் பாத்திருக்கிறேன் அதனால் தெரியும்" என்றாள்.

"நீங்க எந்த டிபார்ட்மென்ட்?" என்று என்னை பார்த்து கேட்டாள்.

"நான் கிரிமினாலஜி ,நீங்க?" என்று அவளை கேட்டேன்.

"நான் கெமிஸ்ட்ரி டிபார்ட்மென்ட் ". என்றாள்.

பஸ்சில் இருந்து இறங்கிய பிறகும் இருவரும் பேசிக்கொண்டே நடந்தோம், காலேஜ் பெல் சத்தம் தான் எங்களை பிரித்தது.

இருவரும் அவரவர் டிபார்ட்மெண்ட் நோக்கி நடந்தோம்.

இன்று என் வாழ்வில் நடந்த இந்த சம்பவம் கனவு போல இருந்தது,

நான் தேடிக்கொண்டு இருந்தேன் அவளை, ஆனால் அவளே தேடி வந்தாள் இன்று,

அத்தியாயம்-11

கண்ணாடியை பார்த்து பழைய நினைவுகளை நினைத்துக்கொண்டு இருந்த ஆல்பர்ட்டை அவனின் ஃபோன் அடிக்கும் சத்தம் நிகழ்காலத்திற்கு கூப்பிட்டு வந்தது.

“என்ன ஆல்பர்ட் , கேஸ் எந்த நிலைமையில் இருக்கிறது , ஏதாவது தடையங்கள் கிடைத்ததா யாரு செய்தது என்று ஏதாவது தெரிந்ததா?” என்று ஆல்பர்ட்டின் மேலதிகாரி கேட்டார்.

“கிடைச்சிருக்கு சார் இறந்து போனவரின் பெயர் கிருஷ்ணா” என்றான்.

“யார் செய்தது என்று ஏதாவது தெரியவந்ததா?” என்று கேட்டார்.

“இல்லை சார், அவர் ஒரு பெரிய தொழிலதிபர், கண்டிப்பாக தொழில் எதிரிகள் நிறையபேர் இருக்க வாய்ப்புகள் அதிகம் அதனால் இது அவ்வளவு சீக்கரம் கண்டுபிடிப்பது கஷ்டம் தான் சார் இருந்தலும் எங்களால் முடிந்த அளவு முழு முயற்சி செய்கிறோம் “ என்றான்.

“இறந்தது கிருஷ்ணா என்று தெரியவந்தால் மீடியா தொல்லை தாங்க முடியாது எனவே இப்போவதைக்கு மறைத்து வையுங்கள் சார்“.என்றான் ஆல்பர்ட்.

“சரி ஆல்பர்ட் அது நான் பார்த்துக்கொள்கிறேன் என்று நம்பிக்கை கொடுத்தார் ஆனால் நீங்கள் கொலைகாரனை சீக்கிரம் கண்டுபிடிக்கும் வழியை தேடுங்கள் என்றார்.

நான்கு நாட்களுக்கு முன் ....

ஆல்பர்ட் லீவில் இருந்த அந்த நாள், இரவு நல்ல மழை பெய்துகொண்டு இருந்தது, வீட்டில் இருந்து ஆல்பர்ட் கிளம்பினான் கறுப்பு நிறத்தில் பெரிய ஜெர்கினை போட்டுகொண்டு காரில் ஒரு பெரிய

கோடாரியை எடுத்து வைத்துக்கொண்டு கிளம்பினான்.

கிருஷ்ணாவிற்கு ஃபோன் செய்தான்,"கிருஷ்ணா உன் 100 கோடி பணம் கிடைத்துவிட்டது ,நான் சொல்லும் இடத்திற்கு வா." என்று அழைத்தான்.

கிருஷ்ணா ,"அப்படியா! எங்க சார் ?" என்று கேட்டான்.

"தனியாக வா கிருஷ்ணா ", என்று ஒரு வீட்டின் முகவரியை சொன்னான் ஆல்பர்ட். அங்கே ஆல்பர்ட் சொன்ன நேரத்திற்கு சரியாக கிருஷ்ணா சென்றான்.

அந்த வீட்டிற்கு உள்ளே சென்றான் , அங்கு இருக்கும் நாற்காலில் அமர்ந்தான்.

கொஞ்ச நேரத்திற்கு பிறகு அங்கே கரண்ட் கட் ஆனது, மெழுகுவர்த்தியை தேடி அலைந்தான், டார்ச் அடிக்க போனை தேடினான் அது காரில் வைத்துவிட்டு வந்தது அப்போது தான் நியாபகம் வந்தது.

கையால் காற்றை தடவிக்கொண்டே நடந்தான். இருட்டில் அவனுக்கு எதுவும் தெரியவில்லை.அப்போது பின்னாடி அவனுக்கு பூட்ஸ் சத்தம் கேட்டது , திரும்பினான் ஒருவன் ஒருகையில் கத்தியும் மற்றொரு கையில் மெழுகுவர்த்தியுடனும் இருந்தான், அவன் நெற்றியில் ஒரு வெட்டு காயம் மட்டும் இருந்தது ,முகத்தை மறைத்து வைத்திருந்தான்,.

கையில் இருந்த கத்தியை வைத்து கிருஷ்ணாவின் கழுத்திலே குத்தினான், மெதுவாக கீழே சரிந்து விழுந்தான் கிருஷ்ணா. பிறகு அருகில் வைத்திருந்த கோடாரியை எடுத்து கிருஷ்ணாவின் முகத்தை சிதைத்தான்.......

இன்று..........

ஆல்பர்டிக்கு ஒரு பார்சல் வந்தது ,அதன் மேல் எழுதியிருந்தது, உன் பார்ட்னர் இன் கிரிம் அணுப்பும் அன்பளிப்பு என்று இருந்தது..

ஆல்பர்டிக்கு இது என்னவாக இருக்கும் யார் அணுப்பியது என்ற சிந்தனைகள் போய்க்கொண்டு இருந்தது ,அப்போது அவன் ஃபோன் அடித்தது, போனில்

அவன் மனைவியின் பெயர் இருந்தது, கையில் இருக்கும் போனையும் அந்த பார்சலையும் பார்த்தான் , அவன் மனம் பதைபதைக்க ஆரம்பித்தது, தன் மனைவிக்கு ஏதோ ஆகிவிட்டது போல என்று நினைக்க ஆரம்பித்தான்,

ஃபோன் நிறுத்தாமல் அடித்துக்கொண்டே இருந்தது. குழப்பத்துடன் எடுத்தான்.

“ஹலோ “ என்றான் , பிறகு “ஹலோ” என்று அவளின் குரலை கேட்ட பிறகு அவன் பெருமூச்சு விட்டான்.

“என்ன ஆச்சுங்க நேற்றே கிளம்பிட்டேன்னு சொன்னிங்க இன்னும் இங்கே வரவில்லை” என்று கேட்டாள்.

“நேற்று ஒரு திடீர் வேலை வந்துவிட்டது எதிர்பாக்காத வேலை,அதை இன்று முடித்துவிடுவேன் முடித்த பிறகு கிளப்பிடுவேன், காக்க வைத்ததற்கு ரொம்ப சாரி “ என்றான்.

“இங்க என்ன சுத்தி எல்லாரும் இருந்தலும் எனக்கு ரொம்ப தனிமையா இருக்கிறமாதிரி தோணுது “ என்றாள்.

“கவலைப்படாத ரொம்ப சீக்கரம் வந்துருவேன்”, என்றான் ஆல்பர்ட்.

பிறகு அந்த பார்சலை பிரித்தான். அதில் ஆல்பர்ட்டின் காதலியின் போட்டோ இருந்தது.

அந்த போட்டோவை பார்த்தபிறகு ஆல்பர்ட்டின் மனம் அந்த நிகழ்வுக்கே அவனை அழைத்து சென்றது.

அத்தியாயம் -12

கல்லூரி நாட்கள் ....

காலேஜ் , முடிந்து கிளம்பும்போது மழை பெய்ய ஆரம்பித்தாது வேகமா ஓடிப்போய் பஸ் ஸ்டாப்பில் நின்றேன், எனக்கு முன்னால் அவள் அங்கே இருந்தாள், குளிருக்கு கைகளை கட்டி இருப்பது போல் கைகளை கட்டி இருந்தாள் .

என்னை பார்த்தவுடன் “ஹே ,ஹாய் “, என்றாள். நானும் ,”ஹாய் “ என்றேன்.

அவளின் பெயரை கேட்டேன் ,”அவள் நான் ஹர்ஷிதா” , என்றாள்.

“நான் ஆல்பர்ட்” என்று சொல்லி அவளுக்கு கைகொடுத்தேன்.

அதன் பிறகு இருவரும் பஸ்சில் ஏறி சென்றோம். நிறைய விஷயங்கள் பகிர்ந்துகொள்ள ஆரம்பித்தோம்.

அவள் என் வாழ்வில் வந்த பிறகு என் வாழ்க்கை ஒரு கவிதை போல் ஆனது.

கல்லூரி நாட்கள் அவளின் நினைவுகளால் பசுமை ஆனது, தினம் கனவில் அவள் முகமே கண்டேன்.

ஒரு நெருக்கம் உண்டானது சில நாட்களில் , இருவரும் ஃபோன் நம்பர் பரிமாறிக்கொண்டோம்.

அதன் பிறகு தினம் தினம் பேச ஆரம்பித்தோம், அவள் என்னிடம் அன்று ஒரு உண்மையை சொன்னாள் , அவள் சிறுவயதில் இருந்து தாய் தந்தையை கண்டதே இல்லை என்று, தனிமை தான் எப்பொழுதும் அவளுக்கு துணையாக இருந்திருக்கிறது என்று , இதை கேட்ட பிறகு என் இதயம் கணம் ஆனது.

“எல்லாருக்கும் அன்பு காட்ட ஒருவராவது இருப்பார்கள் எனக்கு என் நண்பர்கள் மட்டும் தான் இருந்தார்கள். அவர்களும் வேறு வேறு காலேஜில் சேர்ந்த பிறகு பிரிந்துவிட்டனர் “ என்றாள்.

அவளின் கஷ்டம் எனக்கு புரிந்தது, அதற்கு தீர்வாக நான் அவள் வாழ்வில் இருக்க வேண்டும் என்று நினைத்தேன்.

மறுநாள் இருவரும் பேசிக்கொண்டே வீட்டிற்கு நடந்து வந்து கொண்டு இருந்தோம்,

அவளிடம் என் காதலை எப்படி சொல்வது என்று தெரியாமல் என் மனம் குழப்பத்திலும், சொல்லலாமா? வேண்டாமா? என்ற சந்தேகத்துடன் இருந்தது .

ஆட்கள் யாரும் இல்லாத தெருவில் நடந்து வந்துக்கொண்டு இருந்தோம் இரண்டு பக்கத்திலும் மரங்கள் அந்த அமைதியான தெருவில் நாங்களும் எதுவும் பேசாமல் அமைதியாக நடந்து வந்து கொண்டு இருந்தோம் .

எப்படியாவது சொல்லிவிடுவோம் என்று மனதில் தைரியத்தை வரவழைத்து கொண்டு அவள் கண்களை பார்க்க திரும்பினேன் ,அதே நேரத்தில் அவளும் என் கண்களை பார்க்க திரும்பினாள்,

இருவரின் உதடுகள் சொல்லாத விஷியத்தை இருவரின் கண்கள் கூறியதை உணர்ந்தோம்.

அப்போது ஒரு மழைத்துளி வந்து அவளின் கண்களின் இமையில் விழுந்தது அவள் கண்ணை சிமிட்டினால் அவள் உதடுகள் புன்னகைத்தது

அவளது முகத்தை அது இன்னும் அழகாக்கியது.அந்த முகத்தில் புன்னகையும் கண்களில் காதலும் நிறைந்து இருந்தது.

அவள் என் கையை கோர்த்தால், இனி அவளை பிரியமாட்டேன் என்று சத்தியம் கூறினேன். என் தோள்களை பாதுகாப்பாக எண்ணி சாய்ந்தாள்.

“என் தனிமைக்கு தீர்வாக நீ இருப்பியா?” என்று அவள் கேட்டாள்.

நான் அவள் கையை இருக்கமாக பிடித்தேன்…..

இன்று …

ஆல்பர்ட்டும் , ஹர்ஷிதாவும் முதல் முதலில் சேர்ந்து எடுத்த போட்டோ அது , இதை யார் அனுப்பியது என்று யோசிக்க ஆரம்பித்தான் ஆல்பர்ட்.

மனதில் இருந்து அழிக்க நினைத்த சம்பவங்களை நியாபக படுத்தியது அந்த போட்டோ.

அத்தியாயம் -13

காதல் கைகூடிய கொஞ்சநாளில் கிரிமினாலஜி படிப்பை முடித்தேன் அடுத்ததாக போலீஸ் ஆவதற்கான வேலைகளை செய்ய ஆரம்பித்தேன்.

சப் இஸ்பெக்டர் தேர்வு எழுதினேன் , டிரைனிங் 3 மாதங்கள் கொல்கத்தாவில், என்று தெரிவித்தனர். முதல் முதலில் அவளை பிரியும் தருணம், கட்டியணைத்து அழுதாள் ஆனால் என்ன செய்வது, பிரிவை ஏற்றுக்கொண்டு கிளம்பினேன்.

தனிமையாக உணரவில்லை அவளிடம் நேரம் இருக்கும்போது எல்லாம் பேசிக்கொண்டே இருந்தேன், நாட்கள் போக போக டிரைனிங் கடினமானது , அவளிடமும் சரியாக பேச முடியவில்லை.

அவள் என் மீது கோபத்தில் பேசாமலே இருந்துவிட்டாள். போனில் சமாதானம்

செய்யவேண்டாம் நேரில் செய்வோம் என்று நானும் பேசாமல் இருந்துவிட்டேன் .

டிரைனிங் முடிந்து சென்னைக்கு சென்றேன் , முதலில் வீட்டிற்கு கூட செல்லாமல் அவள் தங்கியிருந்த ஹாஸ்டலுக்கு சென்றேன். அவளுக்கு ஃபோன் செய்தேன் அவள் எடுக்கவில்லை.அன்று இரவு முழுவதும் அங்கே காத்திருந்தேன் வெளியே வரட்டும் பேசுவோம் என்று ஆனால்

அவள் வரவே இல்லை என் போனும் எடுக்கவில்லை.

அவள் தோழி சரண்யாவுக்கு ஃபோன் செய்தேன் அவளிடம் கேட்டேன் "ஹர்ஷிதா எங்கே?" என்று, அவள் “உனக்கு என்ன நடந்தது என்பதே தெரியாதா ?” என்று என் நெஞ்சை உருக்கும் செய்தியை கூறினாள்

“ஹர்ஷிதா தூக்கிட்டு தற்கொலை செய்து கொண்டாள்” என்று

இதை கேட்டபிறகு என்னால் அதை நம்பமுடியவில்லை,"அவள் ஏன் அப்படி செய்தாள்" என்று கேட்டேன்.

அவள்,"யாருக்கும் இன்று வரை அதற்கான காரணம் தெரியவில்லை" என்றாள்.

இனி அவள் என் வாழ்வில் இல்லை என்பதை என் மனதால் ஏற்றுக்கொள்ளவே முடியாது அவளின் குரல் இன்னும் என் காதுகளில் கேட்பதுபோல் தான் இருந்தது.

மீண்டு வர பல மாதங்களுக்கு மேல் ஆனது, என் மூளை வேலை செய்ய ஆரம்பித்தது அவள் இறந்த 6 மாதங்களுக்கு பிறகு, "அவள் ஏன் தற்கொலை செய்துகொண்டாள்" என்ற கேள்வி என் மனதில் எழுந்தது சரண்யாவுக்கு ஃபோன் செய்தேன்

"சரண்யா, நீ எனக்கு ஒரு உதவி செய்ய வேண்டும் ஹர்ஷிதாவின் ஃபோன் எங்கு இருக்குனு தெரியுமா அது எனக்கு வேண்டும்" என்று கேட்டேன்.

“அது என்னிடம் தான் இருக்கிறது நாளை வந்து தருகிறேன்” என்றாள். அதே போல் அடுத்தநாளே அவள் கொடுத்தாள். அந்த ஃபோன் லாக் ஆகியிருந்தது.

அதை துறந்தேன் அவளின் ஃபோன் பாஸ்வர்ட் எனக்கு தெரியும்.

அவள் கடைசியாக யாரிடம் அதிகமாக பேசியிருக்கிறாள் என்ற விவரங்களை பார்க்க ஆரம்பித்தேன் அவளுக்கு ஒரு நம்பரில் இருந்து அடிக்கடி ஃபோன் வந்துள்ளது அது யாராக இருக்கும் என்பதை கண்டுபிடிப்பதற்காக

கார்த்திக்குக்கு ஃபோன் செய்தேன் அவன் சைபர் கிரிம் டிபார்ட்மெண்டில் போலீசாக இருந்தான். அவனிடம் இந்த நம்பரை கொடுத்து ஃபோன் செய்தது யார் , என்பதை கண்டுபிடித்து தரச்சொன்னேன்.

அவன் 2 மணி நேரத்திற்கு பிறகு ஃபோன் செய்தான், இந்த நம்பர் வினோத் என்ற பெயரில் ரெஜிஸ்டர் பண்ணிருக்கு என்றான். அவன்

சென்னை தான் என்று அவன் வீட்டின் முகவரியை சொன்னான்.

மறுநாள் அந்த முகவரிக்கு வினோத்தை தேடி சென்றேன். அவனையும் பார்க்கமுடியவில்லை. விசாரித்ததில் அவன் நண்பர்களின் முகவரி மட்டுமே கிடைத்தது.

அவனின் நண்பனில் ஒருவனான அசோக்கை சந்தித்தேன், "உன் நண்பன் வினோத் ஏன் அடிக்கடி இந்த நம்பருக்கு ஃபோன் செய்தான் என்று கேட்டேன்".

"ஹர்ஷிதாவை காப்பாற்ற தான் சார்," என்றான்.

"காப்பாற்றவா?, அவளை ஏன் காப்பாற்ற வேண்டும் அவளுக்கு என்ன பிரச்சனை? என்று கேட்டேன்.

"ஹர்ஷிதா ஒரு பிரச்சனையில் மாட்டியிருந்தாங்க , சைபர் கிரிமினல்ஸ் கிட்ட, செல்போனில் பெண்களோட பர்சனல் விஷயங்களை திருடி அதை வச்சு , அவுங்களை மிரட்டி பணம் பறித்து

அவுங்க சொல்லுற விஷயம் எல்லாம் செய்யவைத்து ஒரு கும்பல் செயல் பட்டுக்கொண்டு இருந்தது .

இந்த கும்பல் பற்றிய ஆதாரங்களையும் இந்த கும்பலை கையும்களவுமாக பிடிக்கத்தான் என் நண்பன் வினோத் அவர்களை பற்றிய விஷயங்களையும் ரகசியங்களையும் கண்டுபிடிக்க ஆரம்பித்தான்.

அவர்களிடம் இருந்து பெண்களை காப்பாற்ற நினைத்தான், அவர்களின் அடுத்த குறியாக ஹர்ஷிதா இருந்தாள் அதனால் தான் அவளை காப்பற்றுவதற்காக ஃபோன் செய்துயிருப்பான் “ என்றான் .

“இப்போ நான் வினோத்தை பார்க்க முடியுமா?” என்று கேட்டேன்.

அவன் ஒரு பென்ட்ரைவ் எடுத்து வந்து என்னிடம் தந்தான். “இது மட்டும்தான் அவன் சம்பந்தப்படுத்தியது இருக்கிறது அவனை கடைசியாக ஒரு வாரத்திற்கு முன்பு பார்த்தது

அதன் பிறகு அவனை பார்க்கவே இல்லை அவன் உயிரோட இருக்கிறானா இல்லையா என்பது கூட தெரியாது" என்றான்.

அந்த பென்ட்ரைவ் எடுத்துக்கொண்டு கிளம்பினேன்.

அதில் அந்த கும்பல் பற்றிய முழு விவரங்களும் இருந்தது.

இந்த கும்பல் பெண்கள் சமூகவலைத்தளங்களில் பதிவிடும் பதிவுகளை வைத்து பெண்களை பற்றி தெரிந்து கொள்கிறார்கள். அவர்கள் போடும் ஒரு ஒரு பதிவும் அவர்களின் தற்போதைய மனநிலைகளை காட்டுகிறது, தனியாக இருக்கும் பெண்கள் தனிமையில் இருக்கும் பெண்கள் தான் இவர்களின் இறை, தேவைப்பட்டால் அந்த பெண்களை கடத்தி அவர்களின் எல்லாம் வேலைகளுக்கும் கொள்ளை, போதை மருந்து கடத்தல், மற்றும் தங்கிளின் ஆசைகளுக்கு பயன்படுத்திக்கொள்கின்றனர். இது போன்ற மிருகங்களின் பட்டியல் என்று ஒரு லிஸ்ட் இருந்தது.

இதையெல்லாம் பார்த்த பிறகு அந்த அரக்கர்கள் மீது கோபம் அதிகரித்தது, இந்த மிருகங்களுக்கு பெரும்புள்ளிகளுடன் சம்பந்தம் இருக்கிறது.அவர்களை சட்டப்படி தண்டிப்பது என்பது பலனில்லாத விஷயம்.

என் உயிர் போனாலும் போராடி இவர்களை கொள்வேன் இப்படிக்கு வினோத் என்று அதில் ஒரு ஆவணம் இருந்தது.

அந்த லிஸ்டில் இருபவர்களை நானும் தேட ஆரம்பித்தேன். மூன்றே மாதத்தில் 4 பேரை கொலை செய்தேன் அந்த லிஸ்டில் இருந்த முக்கியமா இருவர் தான் கிருஷ்ணா மற்றும் நிகிலேஷ் இவர்கள் இருவரை கொலைசெய்தது வெளியே தெரிந்தால் தான் இந்த நெட்வேர்க்கின் முக்கிய தலைகள் வெளியே வருவார்கள் என்று தான் வெளியே தெரியும் படி செய்தேன் . முகம் தெரியாமல் குற்றங்கள் செய்பவர்கள் முகம் தெரியாத பிணங்களாக தான் இருக்க வேண்டும் .

அத்தியாயம் -14

இன்று ……

ஆல்பர்ட் கணித்த படி ஒருவன் இன்று ஆல்பர்ட்டை தேடி வந்து இருக்கிறான் அவன் தான் இந்த பார்சலை அனுப்பிருக்க வேண்டும்.

தனிமை, நான் என் காதலிக்கு பரிசளித்த மிகப்பெரிய பாவம் அதுவே அவளின் மரணத்திற்கு காரணமாக அமைந்திருக்கிறது அதே பரிசை என் மனைவிக்கும் அளிப்பதில் எனக்கு விருப்பம் இல்லை அவளை நான் பத்திரமாக பார்த்துக்கொள்ள வேண்டும் என்று ஆல்பர்ட் நினைத்தான்.

ஒளிந்து இருக்கும் இந்த கும்பலை தேடி தேடி அளிக்க வேண்டும். ஒருவன் பின் ஒருவன் வந்துக்கொண்டே தான் இருப்பான் முற்றுப்புள்ளி வைக்க ஆணிவேரை கண்டுபிடிக்க வேண்டும்

அதற்கு என்ன செய்வது என்று தெரியாமல் இருந்தான்.

அப்போது அவனுக்கு ஒரு ஃபோன் வந்தது, "சார் உங்க டிப்போ வாசலில் மீண்டும் ஒரு பரிசு" என்றான் ஒருவன்.

"ஹே, யார் நீ ?" என்ன சொல்லுற" என்று கேட்டான் ஆல்பர்ட்.

"நீங்க தான் சார் தேடித்தேடி கொல்லுறிங்க அதே மாதிரி தேடுங்க தேடுங்க.." என்றான்.

"டேய் , நாயே ,கேட்டுக்கோ உன் மரணம் அவுங்களை மாதிரி முகம் சிதைந்து எல்லாம் இருக்கது , உன் முகம் தவிர மிச்சம் எல்லாம் சிதைந்து இருக்கும் தேடி வரேன் ஓட ஆரம்பித்துவிடு " என்றான் ஆல்பர்ட்.

வேகமாக சம்பவ இடத்திற்கு சென்றான் அங்கே ஒரு பை இருந்தது அதில் இந்த முறை அந்த பையில் வினோத்தின் சடலம் இருந்தது.

பார்த்தவுடன் ஆல்பர்ட்டின் மனம் கல் ஆனது அவன் மீது கோபம் அதிகரித்தது.

மீடியாவில் பரபரப்பு அதிகம் ஆனது தொடரும் கொலைகள் , போலீஸ் எந்த வித நடவடிக்கையும் எடுக்காமல் தூங்குகிறதா, அச்சத்தில் மக்கள் என்று எல்லாம். ஊரே பரபரப்பாக இருந்தது. மேல் அதிகாரிகள் விசாரணைக்காக ஆல்பர்ட்டை அழைத்தனர்.

“என்ன, ஆல்பர்ட் என்னது இதுலாம் உங்களை நம்பி கேஸ் கொடுத்தது தப்பா போச்சு எந்த வித முன்னேற்றமும் இல்லை , வேற இன்ஸ்பெக்டர் கிட்ட கொடுத்திருந்த முடிஞ்சாலும் முடிச்சிருக்கும் “ என்றார்.

மௌனமாக நின்றான் ஆல்பர்ட், “இதுவே கடைசி கொலையாக இருக்கும் இது என் சத்தியம் சார் “ என்றான் ஆல்பர்ட்.

“சத்தியம்லாம் வேண்டாம் ஆல்பர்ட், செயலில் எதாவது பண்ணுங்க, இல்லை யாரவது பிடித்து போட்டு கேஸ் முடிங்க ” என்றார்.

வெளியே வந்து கார்த்திக்கு ஃபோன் செய்தான் ஆல்பர்ட்.

“மச்சான் உன்னை பார்க்கணும் போல இருக்கு வீட்டுக்கு வாடா” என்று அழைத்தான்.

“என்ன மச்சான் எதுவும் பிரச்சனையா? என்று கேட்டான். கார்த்திக்.

“இல்லை , இந்த கேஸ் உன் உதவி இருந்தால் தான் முடிக்க முடியும் எனக்கு உன் உதவி வேண்டும் என்று கேட்டான், அவனும் அங்கே வருவதாக ஒற்றுக்கொண்டான்.

டிஜிபி ஆபீஸில் இருந்து வீட்டிற்கு சென்றான்.

அத்தியாயம் -15

“சொல்லு மச்சான் என்ன உதவி ?” என்று கேட்டான். கார்த்திக்

“எனக்கு ஒருவன் ஃபோன் செய்து நான் தான் எல்லாம் குற்றங்களையும் செய்தேன் என்று என்னிடமே தைரியமாக சொல்கிறான் ஆனால் அவனை என்னால் எதுவும் செய்ய முடியவில்லை , நீ நினைத்தால் எனக்கு உதவமுடியும் உதவிசெய்” என்றான். ஆல்பர்ட்.

“நான் என்ன மச்சான் பண்ணனும்” என்று கேட்டான். கார்த்திக்.

“ஒன்னும் இல்லை மச்சான் நீ நெனச்சா எல்லாம் நிறுத்த முடியும்” . என்றான் ஆல்பர்ட்.

“என்ன மச்சான் சொல்லுற நான் என்ன பண்ண வேண்டும் “ என்று கேட்டான். கார்த்திக்.

“தெரியும்டா எல்லாம், எனக்கு வேற எந்த கேள்விக்கும் பதில் வேண்டாம், என் ஹர்ஷிதா எப்படி இறந்தாள் அவளுக்கு என்ன ஆச்சு மட்டும் சொல்லு போதும்” என்று கார்த்திக்கிடம் ஆல்பர்ட் கேட்டான்.

“எனக்கு எப்படி மச்சான் தெரியும் நீ தான் கண்டுபிடிக்க வேண்டும் “ என்றான். கார்த்திக்.

“டேய் நடிக்காத தெரியும் எனக்கு, நீ தான் இந்த நெட்வேர்க்கு பின்னாடி எல்லாம் பண்ணது, மூணு மாசம் ஆச்சு உன்னை கண்டுபிடிக்க, ஒரு

சின்ன இடத்துல தப்புப்பன்னிட்ட நீ என்கிட்ட பேசியிருக்க கூடாது ஃபோனில்

நீ வாய்ஸ் மாத்தி பேசுற சாப்ட்வேர் வச்சு பேசினால் கண்டுபிடிக்க முடியாதா? எங்க டீம் ஒரிஜினல் வாய்ஸ் அதில் இருந்து பிரித்து

விட்டார்கள் அதை நான் கேட்டேன். உன் வாய்ஸ் தான் நான் காலெஜ்லே அதிகம் கேட்டது. அதை கண்டுபிடிக்க மாட்டேனா ?". என்றான் ஆல்பர்ட்.

இடுப்பில் இருக்கும் துப்பாக்கியை எடுத்து கார்த்திக் நெற்றியில் வைத்தான், "நீ பதில் சொல்ல மாட்ட ,என் ஹர்ஷிதா எப்படி இறந்தாள் என்பது என்னால் கண்டுபிடிக்க முடியும் ஆனால் எனக்கு துரோகம் செய்யும் அளவுக்கு நான் என்ன தவறு செய்தேன் உனக்கு" என்று கேட்டான்.

"உன் காதலி இறந்தது என்னால் இல்லை உன்னால் தான், அவள் வாழ்வில் நீ மட்டும் தான் ஒரே நம்பிக்கையாக இருந்த நீ பிரிந்த பிறகு அவள் வாழ்வில் இதுவரை அனுபவிக்காத அளவிற்கு தனிமையை அவள் அனுபவித்தாள். அது அவளுக்கு மனச்சிதைவை ஏற்படுத்தியது. உலகிலே கொடிய மனநோய் மனசிதைவு தான். எது கனவு எது நிஜம் என்று கூட தெரியாமல் குழம்பிய நிலையில் வாழ்க்கையை கடத்த முடியாத நிலையில் இருந்தாள் அவள் வாழ்க்கையை முடிப்பதற்கு மட்டுமே நான் உதவினேன்" என்றான். கார்த்திக்.

இதை கேட்ட பிறகு ஆல்பர்ட்டின் கண்கள் கலங்கியது, குற்ற உணர்வில் ஆல்பர்ட்டின் மனம்

தவித்தது. ஆனால் இதற்கு மேல் கார்த்திக் உயிருடன் இருப்பதில் ஆல்பர்டிக்கு ஈடுபாடு இல்லை. கையில் இருக்கும் துப்பாக்கியை அழுத்தினான். கார்த்திக்கின் தலைக்குள் குண்டு இறங்கியது......

அத்தியாயம் -16

மறுநாள் காலையில் டிஜிபி வீட்டிற்கு சென்றான், நடந்த உண்மைகளை ஆதாரத்துடன் வெளிப்படுத்தினான்

“நீ சட்டத்தை மீறியது தப்பு, இதை நான் சட்டப்படி செய்தால் கண்டிப்பாக உனக்கு மரண தண்டனை கிடைக்கும் ஆனால் இந்த பிரச்சனையில் இருக்கும் ஆழத்தால் உனக்கு உதவுகிறேன்” , அன்று மீடியாவை வரவைத்து டிஜிபி பேச ஆரம்பித்தார்.

“இதுவரை நடந்த கொலைகள் எல்லாம் போலீஸின் இரகசிய ஆப்பரேஷன், ஆப்பரேஷன் வெற்றியில் முடிந்தது இறந்த எல்லாருமே குற்றவாளிகள் தான்.

இந்த ஆபரேஷனை வெற்றிகரமாக முடித்த இன்ஸ்பெக்டர் ஆல்பர்டிக்கு எனது பாராட்டுகள்., பெண்களுக்கு தீங்கு செய்யும் வகையில் சைபர் கிரிம் குற்றங்கள் செய்ததால் இவர்கள் மீது ரகசிய நடத்தி என்கவுண்டர் செய்தோம் “ என்று பேச்சை முடித்தார் .

அன்று இரவே இரகசிய ஆப்பரேஷன் நடந்தது போல ஆவணங்களை டிஜிபி தயார் செய்து இரவோடு இரவாக முதலமைச்சர் வீட்டிற்கு சென்று பிரச்சனையை எடுத்து கூறி இது போன்ற ஆப்பரேஷன் உங்கள் ஆட்சியில் நடந்தது என்று தெரிந்தால் அது மக்கள் செல்வாக்கை அதிகரிக்கும் என்று எல்லாம் சொல்லி முதலமைச்சரிடம் கையெழுத்து வாங்கி மறுநாள் காலையில் கோர்ட்டில் ஆவணங்களை சமர்ப்பித்தார்.

“சொல்லு மச்சான் என்ன உதவி ?” என்று கேட்டான். கார்த்திக்

“எனக்கு ஒருவன் ஃபோன் செய்து நான் தான் எல்லாம் குற்றங்களையும் செய்தேன் என்று

என்னிடமே தைரியமாக சொல்கிறான் ஆனால் அவனை என்னால் எதுவும் செய்ய முடியவில்லை , நீ நினைத்தால் எனக்கு உதவமுடியும் உதவிசெய்” என்றான். ஆல்பர்ட்.

“நான் என்ன மச்சான் பண்ணனும்” என்று கேட்டான். கார்த்திக்.

“ஒன்னும் இல்லை மச்சான் நீ நெனச்சா எல்லாம் நிறுத்த முடியும்” . என்றான் ஆல்பர்ட்.

“என்ன மச்சான் சொல்லுற நான் என்ன பண்ண வேண்டும் “ என்று கேட்டான். கார்த்திக்.

“தெரியும்டா எல்லாம், எனக்கு வேற எந்த கேள்விக்கும் பதில் வேண்டாம், என் ஹர்ஷிதா எப்படி இறந்தாள் அவளுக்கு என்ன ஆச்சு மட்டும் சொல்லு போதும்” என்று கார்த்திக்கிடம் ஆல்பர்ட் கேட்டான்.

கேஸ் முடிந்தவுடன் , காத்திருந்த மனைவியை பார்க்க ஊருக்கு கிளம்பினான் ஆல்பர்ட் .

அத்தியாயம் -17

“என் மனைவி டெனிஷா , என் காதலின் பிரிவுக்கு பிறகு என்னை ஏற்று திருமணம் செய்து கொண்டாள், அவளிடம் சொன்னேன் ,

” எனக்காக ஒரு சிறிய கடமை காத்திருக்கு அதை முடிக்கும் வரை எனக்காக காத்திரு என்று கூறினேன் அவள் இன்றும் அன்புக்குறையாமல் எனக்காக காத்திருக்கிறாள், கடமை முடிந்தது , அவளின் காத்திருப்பதும் முடிந்தது.

இந்த வழக்கின் தாக்கம் என்னை “தீரா கனவு” என்ற தலைப்பில் ஒரு பதிவை எனது சமூக ஊடக பக்கத்தில் பதிவு செய்ய தூண்டியது.

“பெண்கள், நம் சமூகத்தில் அதிகம் பாதிக்க படுகிறார்கள், இந்த உலகத்தில் பிறக்கும் எல்லாம்

மனிதன் மனிதிகும் ஒரு கனவு இருக்கும், ஆனால் பெரும்பாலும் பெண்களின் கனவுகள் தீரா கனவாகவே போகிறது,காரணம் ஆண்கள் மட்டும் அல்ல பெண்களும் தான் . இந்த நவீன நூற்றண்டிரில் தன் வாழ்கை தன் கையில் என்கிற வாசகம் நன்கு பொருந்தும் நம் வாழ்வு நம் கையில் இருக்கும் கைபேசியில் தான் இருகிறது, அதில் நாம் செய்யும் ஒவ்வொரு விஷயமும் நம் வழியில் எதிரொலிக்கும் , ஒரு பதிவை சமூக வலைத்தளங்களில் பதிவிடும் முன் யோசிக்காமல் பதிவுகளை செய்தால் நம் வாழ்க்கையில் அதுவும் பிரதிபலிக்கும் பெண்கள் நாம் கையில் வைத்து பாதுகாக்க வேண்டிய பொக்கிஷயம். பெண்கள் சமூக வலைத்தளங்களில் பதிவிடும் போது 20 முறை யோசித்து பதிவிடுங்கள் ,பொக்கிஷத்தை திருட நினைக்கும் கும்பலும் இங்கே அதிகம் தான். எல்லாம் பெண்களும் தங்களது கனவுகளை நோக்கி தைரியமாக நடைபோட்டு பெண்கள் வாழ்வில் இருக்கும் தீரா கனவுகளை , தீர்த்து வைக்க துணையாக ஆண்கள் இருப்போம் என்று ஆண்கள் உறுதிகொள்ள வேண்டும் பெண்களும் தேவையற்ற பதிவுகளை செய்யாமல் கனவில் கவனம் கொள்வோம் என்று உறுதி கொள்ள வேண்டுகிறேன்.

-இப்படிக்கு ஆல்பர்ட் எய்ன்ஸ்டின் .

www.ingramcontent.com/pod-product-compliance
Lightning Source LLC
LaVergne TN
LVHW100335181026
850499LV00039B/1091